SHUKURANI

Napenda kutoa shukurani zangu za dhati kwa familia yangu: mke wangu Sarah Leonard Mlongo, abinti zangu Princess na Abigaili P. Kalomo kwa uvumilivu wao waliouonyesha katika kipindi chote cha utayarishaji wa kitabu hiki. Pia, napenda kutoa shukurani zangu za pekee kwa mama yangu mpendwa Lidya Thomas Mwaluyungu Haule na marehemu baba yangu Isaack Kalomo kwa kunipeleka shule ili niweze kupata ujuzi na maarifa ya kuwatumikia watu.

Napenda pia kutoa shukurani zangu za dhati kwa wafanyakazi wenzangu wa Mega Attorneys (Advocates); Abubakari Kigoda, Humphrey Mwamburi Mwalugha (Mkenya), Dorothy Pius, Mengi Nassoro, Uongozi wa Saccos ya Posta Na Simu, ambao walinisaidia kwa hali na mali katika kufanya tafiti, kuchambua na kukusanya taarifa mbalimbali zilizokuwa zinahitajika katika kuandika kitabu hiki.

Napenda kutoa shukurani zangu za dhati kwa walimu wangu wa shule ya Msingi Makonde -Ludewa: Martin Henjewele na Sebastian Ngoye; walimu wangu wa Mkwawa sekondari na wahadhiri wangu wa Chuo Kikuu cha Dar es Salaam pamoja na wafanyakazi wote wa chuo hicho ambao kwa namna moja au nyingine walitoa mchango mkubwa katika mafanikio yangu ya kielimu na taaluma ambayo ni matunda ya kitabu hiki muhimu kwa Watanzania, Waafrika na dunia nzima.

Ni vigumu kutoa shukurani kwa kila mtu ambaye kwa namna moja au nyingine amesaidia katika kufanikisha kitabu hiki. Hata hivyo, natambua sana mchango wao katika ukamilishaji wa kitabu hiki.

DIBAJI

USHUHUDA: Ukiwa kama msomaji na mfuatiliaji wa kitabu hiki cha [Ulingo wa Sheria] hebu jaribu kutafakari matatizo ya kisheria yaliyowapata baadhi ya watu na uyachukulie kuwa yangekupata wewe je ungeyatatuaje kisheria?

Mfano hai wa Kwanza.

Mimi Ni mfanyabiashara wa biashara mbalimbali hapa jijini Dar es salaam, Tanzania. Nakumbuka ilikuwa mwaka 2012 nilifuatwa na rafiki yangu mbaye naye pia ni mfanyabiashara akaombanimdhamini ili awe anachukua mafuta [dizeli na petrol] kwa mali kauli yaani kwa mkopo kutoka kwenye sheli mojawapo ya rafiki yangu hapa Dar es salaam. Kwa kuwa alikuwa wote mwenye sheli na mkopaji walikuwa marafiki zangu basi nikamkubalia mkopaji ili nmdhamini kwa mwenye sheli ndipo akaanza kuchukua mafuta mpaka yalipofikia thamani ya tshs 7890,004568 ndipo mwenye sheli alipo nifuata na kunidai hela kwamba kumbe mkopaji alikuwa hajawahi kulipa hata senti moja. Na mbaya zaidi hatukuwa na mkataba wa udhamini kati yangu na mkopaji na mwenye sheli. Ndipo kwa kuogopa kuchafua jina langu zuri na kubwa kibiashara nikaamua kulipa deni lote na nilipo mfuata niliye mdhamini ili naye anilipe akanikatalia kwa madai kuwa mimi simdai chochote na kwamba kama nina mkataba naye wa udhamini basi niende mahakamani. Nilichoka sana kwani presha ikawa inapanda inashuka. Je ungekuwa wewe ungefanyaje? Naitwa Abdulkhadir Beye.

Mfano hai wa Pili

"Nilikuwa nimepanga katika nyumba moja hapa Mwembe yanga Temeke, Dar es salaam, cha kushangaza siku moja nikiwa natoka kazini nikakuta vitu vyangu vimetolewa nje na baba mwenye nyumba, kuuliza nikaambiwa eti natakiwa nihame kwenye nyumba yake kwa sababu ninawageni wengi wanao nitembelea hivyo najaza msalani. Nikiwa nimechanganyikiwa sana na nisijue la kufanya; nikampigia rafiki yangu kumweleza tatizo langu naye akanishauri nisome kitabu na niangalie DVD/VIDEO za ulingo wa sheria nitajua cha kufanya ili kumaliza tatizo langu. Nashukuru kupitia "Ulingo wa sheria" nikajua

haki zangu na kumshinda kesi mwenye nyumba wangu katika baraza la ardhi na nyumba la kata". **Naitwa Emiliemi Naiwa wa Mwanza**

Mfano hai wa Tatu.

"Mimi ni meneja rasilimali watu yaani [Human Resource Manager] wa Halimashauri moja mkoani Shinyanga, kuna siku mfanyakazi mwenzetu akawa ametoa taarifa [notice] ya masaa ishirini na nne ya kuacha kazi, lakini mimi nikiwa kama meneja rasilimali watu nikajua kuwa sheria ya kuacha kazi huwa ni miezi mitatu hivyo basi nikaitisha kikao cha kamati ya nidhamu ili kumjadili huyu mfanyakazi lakini baada ya kusoma kitabu kiitwacho "Legal Procedures in Tanzania" nikajua kuwa kumbe mfanyakazi alikuwa sahihi, nashukuru sana [Ulingo wa Sheria] wamenitoa umbumbumbu wa sheria na taratibu zake". **Naitwa Joseph Habilo wa Shinyanga.**

Mfano hai wa Nne

"Mimi ni mwananchi wa TANZANIA ninaitwa bwana **KHALIFA JUMA BUNGOMA** wa Morogoro ninatoa pongezi kwako kwa uwepo wa kipindi chako cha Ulingo wa Sheria umeweza kutusaidia mambo mengi kuhusu ufahamu wa sheria mbalimbali kama vile sheria za mirathi, ndoa, kazi, utatuzi wa migogoro ya ardhi na nyumba, haki na wajibu wa mwajiri na mwajiriwa, haki na wajibu wa mkopaji na mkopeshaji, Mungu akujalie na tena akuzidishie tupo pamoja na nitakuwa wazi kukuuliza maswali mengi kuhusu haki na sheria. ASANTE SANA MCHANA MWEMA".

Mfano hai wa Tano

Watu wawili ambao wamekuwa marafiki kwa muda mrefu, mmoja wao alimwendea mwenzake na kumwomba amwazime gari ili aitumie kwa ajili ya usafiri hapa jijini Dar es salaam, hii ni kutokana kuwa gari yake ilikuwa imeharibika, rafiki yake naye akamkubalia ombi lake la kumwazima gari yake kwa muda mpaka gari yake itakapokuwa imetoka gereji.

Mara baada tu ya gari yake kupona na kutoka gereji akampigia simu rafiki yake ili amrudishie gari yake lakini mwenye gari kwa sauti ya upole na ya kiurafiki kupitia maongezi ya simu akamwambia rafiki yake kuwa hakukuwa na haraka ya kurudisha hiyo gari hivyo aendelee kuitumia tu.

Siku, wiki na miezi ikapita. Mwenye gari akawa hasemi lolote, kitendo hiki kikamwogopesha yule muazima gari na kuamua kwenda nyumbani kwake kwa lengo la kumkabidhi gari yake lakini mwenye gari akakataa kwa madai kuwa, angekubali kuipokea gari hiyo kama ingepelekwa pamoja na malipo ya karibu miezi tisa aliyokaa nayo na kwamba malipo ya kila siku yalikuwa shilingi 30,000/=. Ambayo ni sawa na tshs 8,100,000/=.

Rafiki yake akashangaa kusikia kauli kama hiyo kwani kwa uelewa wake hapakuwahi kuwa na mkataba wa kukodi gari bali kuazima gari. Ili kuonesha kuwa mwenye gari alikuwa hatanii, alienda kwa mwanasheria ambaye alimwandikia waraka wa madai (demand notice) akitaka mwazima gari alipe pesa hiyo haraka iwezekanavyo vinginevyo suala hilo lingepelekwa mahakamani.

Hebu fikiria suala hii ukiwa kama mhanga wa tukio hilo, je ungefanyaje? Unaona umuhimu wa kukabidhiana vitu au kukubaliana mambo kwa maandishi na kutiliana saini kwa ajili ya kumbukumbu ya baadaye? Badala ya kuaminiana na kukubaliana kwa mdomo tu? **Chunga sana, kuwa na tabia ya kuandikiana na kusainiana mkataba kwa kila aina ya makubaliano yawe ya kibiashara au ya jambo lolote kwa ajili ya usalama wako mbele ya sheria sasa na hata baadaye.**

Mfano hai wa Sita

Marehemu baba yenu kabla hajafa, alikuwa amenunua nyumba kutoka kwa rafiki yake ambaye pia ana watoto, lakini kwa vile ni marafiki na wanafanya kazi pamoja hawakuweza kuandikishana mkataba wowote juu ya manunuzi hayo. Baba yenu alilipa pesa na kumiliki nyumba na alikuwa ameipangisha ili aweze kupata pesa ya kujikimu na kuwalipia karo yenu ya shule.

Kwa bahati mbaya baba yenu na rafiki yake wamefariki katika ajali nanyi mkiwa kama watoto wa marehemu mnataka kuwaondoa wapangaji ili muishi nyinyi wenyewe lakini wanajitokeza watoto wa marehemu muuzaji na kudai kuwa nyumba ni yao kwani wamerithi kutoka kwa marehemu baba yao. Baada ya kufuatilia mnagundua kuwa, watoto wa marehemu muuzaji wana nyaraka zote za nyumba hiyo ikiwemo hati halisi (original). Lakini mkiwauliza majirani wote wanasema nyumba ni ya marehemu baba yenu na kwa muda wote wa uhai wa baba yenu yeye ndiye aliyekuwa akipokea kodi ya pango kutoka kwa wapangaji Je, katika hali kama hii mtafanya nini ili mpate nyumba hiyo? Je, utamtafuta mwanasheria ili awasaidie katika kudai haki yenu? **Chunga sana, kuwa na tabia ya kuandikiana na kusainiana mkataba kwa kila aina ya makubaliano yawe ya kibiashara au ya jambo lolote kwa usalama wako mbele ya sheria kwa sasa na baadaye.**

Mfano hai wa Saba

Ulimwendea rafiki yako na kumwomba akuuzie kiwanja kilichopo maeneo ya Mbezi Beach kwa bei ya milioni kumi na nne kwa fedha za Kitanzania [14,000,000/= Tshs] Rafiki yako huyo akakubali na akakupatia namba ya akaunti yake ya benki kwa ajili ya kufanya malipo ya manunuzi ya kiwanja hicho. Ukaenda kufanya malipo hayo mara moja kupitia akaunti yake ya benki lakini haukuwa na nyaraka yoyote uliyosainiana naye kuhusu uuzaji na ununuaji wa ardhi kwa kuamini kuwa ni rafiki yako mkubwa wa muda mrefu na umekuwa ukimwamini na kwamba hawezi kukugeuka.

Baada ya miaka minne ukaanza ujenzi katika kiwanja hicho lakini kwa mshangao mkubwa ukapokea amri ya zuio (stop order) kutoka kwa Mwenyekiti wa Baraza la Ardhi na Nyumba la Wilaya akikutaka usimamishe mara moja shughuli yoyote inayohusiana na ujenzi katika kiwanja hicho kwa kuwa si cha kwako kisheria. Ukaamua kumwendea rafiki yako aliyekuuzia kiwanja hicho na kumweleza hali halisi iliyokukuta. Lakini akakwambia kuwa kiwanja hicho bado ni mali yake kwa kuwa hakuna mkataba wowote unaooneshwa makubaliano ya kuuziana kiwanja hicho na zaidi ya hayo leseni ya makazi ambayo ilitolewa na manispaa bado anayo yeye na inasoma kuwa yeye ndiye mmiliki halali wa kiwanja hicho na kwamba yuko tayari kukurudishia pesa zako ulizomlipa miaka minne iliyopita. Je, suala kama hili utalitatua vipi huku ukizingatia kuwa kuna mtu mwingine ambaye yuko tayari kununua kiwanja hicho kwa shilingi milioni arobaini na tano fedha za kitanzania (Tshs 45,000,000/=)? **Chunga sana, kuwa na tabia ya kuandikiana na kusainiana mkataba kwa kila aina ya makubaliano yawe ya kibiashara au ya jambo lolote kwa usalama wako mbele ya sheria kwa sasa na hata baadaye iwe kwa ajili yako au kwa manufaa ya familia yako.**

Machapisho mengine ya mwandishi ni pamoja na:

- Legal Procedures in Tanzania 2012
- Ulingo wa Sheria Tanzania [Sheria za Tanzania], 2013
- Legal Forms, 2013
- DVD/VIDEO juu ya ugawanywaji mali za Wanandoa na Wachumba (Sheria ya Ndoa), 2012.
- DVD/VIDEO juu ya haki na wajibu wa mkopaji na mkopeshaji (Sheria ya Rehani), 2012.
- DVD/VIDEO juu ya haki na wajibu wa Mwajiri na Mwajiriwa mahali pa kazi (Sheria za Kazi), 2012.
- DVD/VIDEO juu ya urithi au urithishwaji na Wosia, 2012.
- Majarida juu ya ujuzi na mbinu za huduma za kisheria kwa njia ya mtandao nchini Tanzania kwa ajili ya Wanasheria na Mawakili, 2012.
- Utafiti juu **ya "Ucheleweshaji wa Kesi na Hukumu Mahakamani: "Nini Sababu na Suluhisho"** Somo kutoka katika Mahakama za jijini Dar es Salaam, 2012.

Ulingo wa Sheria Publishers
S.L.P. 10488, Zaidi House, 3B, Ghorofa ya 3, Barabara ya Uhuru, Kiwanja Namba 38, Kitalu G
Dar es Salaam.

Simu: 0758-400 400/ 0719 444 999
Barua Pepe: kalomopaul@gmail.com
Tovuti: www.megatz.com , www.sheria.co.tz

YALIYOMO

SHERIA ZA MIKOPO NA VYAMA VYA USHIRIKA TANZANIA. i
SHUKURANI i
DIBAJI ii
   USHUHUDA: ii
      Mfano hai wa Kwanza ii
      Mfano hai wa Pili ii
      Mfano hai wa Tatu. iii
      Mfano hai wa Nne iii
      Mfano hai wa Tano iii
      Mfano hai wa Sita iv
      Mfano hai wa Saba v
SHERIA ZA MIKOPO NA VYAMA VYA USHIRIKA TANZANIA 1
UTANGULIZI 1
   Ushirika 2
   Misingi mikuu ya ushirika 2
MATUMIZI YA SERA, KANUNI NA SHERIA ZA VYAMA VYA USHIRIKA KWA UJUMLA. 2
   Aina za ushirika 3
   Jinsi ya kuanzisha chama cha msingi 3
   Jinsi ya kuanzisha chama cha ushirika cha awali kama huna wanachama wa kutosha. 3
   Nyaraka muhimu zinazohitajika ili kusajili ushirika 4
HAKI NA WAJIBU WA MWANACHAMA 4
UKOMO WA UANACHAMA 5
SIFA ZA VIONGOZI 5
UTATUZI WA MIGOGORO KATIKA CHAMA 5
MKATABA WA HUDUMA KWA MTEJA [CLIENTS SERVICE CHARTER] 6
REHANI [MORTGAGE] 6
   Utangulizi 6

Sheria zinazohusika na masuala ya rehani 6
Maana ya Rehani 7
Dhamana ya mkopo 7
Rehani ya nyumba ya kuishi Familia 8
Taratibu za kutaifisha mali au dhamana ya mkopo kwa wakopaji
  walioshindwa kurejesha madeni yao 8
Taratibu za kuchukua (kuhodhi) dhamana 9
(a) Kumteua mpokeaji wa mapato ya mali iliyowekwa rehani 10
Mpokeaji mapato atakuwa na kazi zifuatazo; 10
(b) Kupangisha dhamana 10
(c) Kumiliki ardhi ya dhamana 11
(d) Kuuza au kupiga mnada dhamana 12
(e) Utaifishaji wa mali inayohamishika [Confiscation of Mortgaged
  Chattels] 15
(f) Je ni taratibu zipi zinazotumika kuomba mkopo kutoka katika
  benki au taasisi za kifedha? 22
Je naweza kununua nyumba, kukarabati nyumba au kujenga nyumba
  kwa mkopo kutoka benki na dhamana ya mkopo huo ikawa
  nyumba hiyo hiyo? 23
Je naweza kutumia hati ya kimila ili kukopa mkopo kutoka katika
  taasisi ya fedha 23
Nyaraka zinazohitajika katika kuomba mkopo 23
Marejeo ya Mada: 24

SHERIA ZA MIKOPO NA VYAMA VYA USHIRIKA TANZANIA.

Paulo Karlo Kalomo [Wakili]

Sheria zitakazojadiliwa

- Sheria ya vyama vya ushirika Na. 20 ya mwaka 2003
- Kanuni za vyama vya ushirika za mwaka 2004
- Sera ya Maendeleo ya Ushirika ya mwaka 2002
- Sheria ya Uwekaji Rehani Katika Ardhi [Toleo Maalum] Na. 17 ya Mwaka 2008
- Sheria ya Ardhi Namba 4 ya mwaka 1999 kama ilivyorekebishwa mwaka 2004
- Sheria Na 210 ya Uhamishaji Mali Inayohamishika yaani **[The Chattels Transfer Chapter 210]**
- **Sheria ya Ndoa Na. 29 ya mwaka 1971**

UTANGULIZI

Kumekuwa na mahitaji ya kuunganisha nguvu ya pamoja ya watu binafsi, vikundi, mashirika ili kukabiliana na changamoto za kiuchumi ili hatimaye kujikomboa kutokana na umaskini wa kipato na ziada mingoni mwa jamii hapa Tanzania. Vyama vya ushirika zikiwemo SACCOS ndio **vimeonekana kuwa** mkombozi wa mnyonge yaani mtu mmoja mmoja, wafanyakazi wafanyabiashara, Wajasiriamali na hata mashirika ya kati na makubwa yakiwemo yale ya binafsi na umma. Kutokana na mahitaji hayo, muundo wa mfumo madhubuti wa kisera, kanuni na kisheria ndio unaotakiwa kutoa mwongozo, ufafanuzi, na hatimaye usimamizi wa kisheria wa shughuli zote za ushirika kwa maslahi ya wanachama, wadau na chama chenyewe.

Ushirika
Neno ushirika linamaanisha nini kisheria?

Mbele ya jicho la sheria, ushirika ni taasisi iliyosajiliwa kwa mujibu wa Sheria ya Vyama vya Ushirika Sheria Na. 20 ya mwaka 2003, wameamua kwa ridhaa yao wenyewe kuwa na muungano wa watu zaidi ya mmoja waliokubaliana kimsingi kufanya kazi au shughuli pamoja iliyo halali ili kujiongezea kipato miongoni mwao na ushirika ili wajikwamue kiuchumi.

Misingi mikuu ya ushirika
Misingi mikuu ya ushirika ni pamoja na;

Kujitegemea, kutambua wajibu na haki na jukumu binafsi, uwazi na demokrasia, uhuru, usawa, ushirikiano na kutambua fursa zilizopo ili kujiletea maendeleo binafsi na yale ya ushirika

MATUMIZI YA SERA, KANUNI NA SHERIA ZA VYAMA VYA USHIRIKA KWA UJUMLA.

Kazi ya sheria yoyote ile ni kuainisha au kutaja haki na wajibu wa taasisi na watu binafsi

Kueleza mfumo wa utekelezaji wa maagizo

Kuongoza vyombo vya dola ikiwemo mahakama katika kutafsiri sheria hizo ili kuwapa haki wanachama husika pale ambapo huonekana kuna utata au mgogoro fulani katika suala husika ndani ya chama cha ushirika, yaani sheria huwapa wadau haki na majukumu. Na kwa upande mwingine sera yenyewe hutoa tu mwongozo wa namna gani wadau wanavyoweza kuhusishwa. Wakati huo huo kanuni hutoa utaratibu jinsi sheria husika itakavyotekelezwa.

Aina za ushirika

Kuna aina nyingi za ushirika unaoweza kusajiliwa kama vile; Akiba na kukopa, Viwanda, uchimbaji madini, kilimo, mifugo, uvuvi, ufugaji nyuki, ushirika wa ujuzi maalum n.k. lakini sisi tutajikita katika ushirika wa Akiba na kukopa.

Jinsi ya kuanzisha chama cha msingi

Chama cha msingi kinaweza kuanzishwa na:

- Watu 50 au zaidi kwa chama cha kilimo
- Watu 20 au zaidi kwa ushirika wa kuweka na kukopa [saccos]
- Watu 10 au zaidi kwa ushirika wa watu wenye ujuzi maalum
- Watu 10 kwa vyama vingine vya ushirika au vinginevyo

Jinsi ya kuanzisha chama cha ushirika cha awali kama huna wanachama wa kutosha.

Ili kuanzisha ushirika ni kutahitajika kuwepo na angalau watu watano mpaka kumi hivi kwa kupitia barua kwa afisa wa ushirika wa wilaya husika. Kila chama cha ushirika zikiwemo Saccos ni lazima ziwe na sheria ndogondogo ambazo zitakuwa zinafafanua mambo muhimu yafuatayo;

- Jina la chama na mahali pa kufanyia shughuli zake
- Lengo la chama
- Madhumuni ya kuomba fedha kwa ajili ya chama, jinsi fedha zitakavyotunzwa, tumika na kuwekezwa
- Kanuni za uanachama, masharti ya kujiunga, hisa na ada ya kujiunga.

- Kanuni na taratibu juu ya malipo iwapo mwanachama atafukuzwa au kuacha
- Hisa zitahamishiwa kwa nani iwapo mwanachama atafariki
- Kiwango cha madeni ya mwanachama katika kikundi
- Uendeshwaji wa mikutano mikuu na maamuzi yake
- Kanuni juu ya kazi/wajibu wa bodi,
- Pia ikumbukwe kuwa ni muhimu kwa chama cha Akiba na mikopo kuwa na masharti ya viwango vya riba, masharti ya mikopo, dhamana ya mikopo na kanuni za kushindwa kulipa mikopo

Nyaraka muhimu zinazohitajika ili kusajili ushirika

- Nakala iliyothibitishwa ya azimio lililopitishwa katika mkutano wa kwanza wa kikundi na Afisa Ushirika wa Wilaya
- Nakala nne za masharti za chama zilizopendekezwa
- Nakala nne za taarifa ya upembuzi yakinifu
- Ada ya Usajili

HAKI NA WAJIBU WA MWANACHAMA

- Majina na saini zao lazima ziingizwe kwenye daftari la wanachama
- Kupiga au kupigiwa kura
- Kila mwanachama atakuwa na kura moja bila kujali idadi ya hisa anazozimiliki
- Kupewa hati ya hisa alipiapo hisa zake
- Kushiriki katika nafasi za uongozi katika chama
- Kuteua mrithi kupata taarifa ya chama na kukagua nyaraka za chama
- Kushiriki kuandaa sheria ndogo
- Kujitoa katika chama

- Kukata rufaa pale ambapo atakuwa hajariridhika na jambo fulani
- Haki ya kulipa mkopo kwa kuzingatia kuwa mwanachama ana Akiba na amana za kutosha kwa vyama vya akiba na mikopo

Angalizo: Sheria inakataza mwanachama mmoja kumiliki zaidi ya 1/5 ya hisa za chama. Haikubaliki kisheria mwanachama mmoja kuwa na uanachama wa zaidi ya chama kimoja katika eneo moja.

UKOMO WA UANACHAMA
- Kutoshiriki katika shughuli za chama
- Kurukwa na akili
- Kuacha uanachama kwa hiari
- Kuacha kumiliki hisa au kutoa michango
- Kufukuzwa kwa makosa
- Kifo

SIFA ZA VIONGOZI
- Kuwa kiongozi wa wanachama
- Utiifu kwa wanachama
- Kuwajibika kwa wanachama [kuitisha mikutano mikuu ya mwaka, kuwasilisha hesabu, makisio, mipango na matumizi ya pesa ya chama n.k.
- Kuchaguliwa kwa uwazi na kidemokrasia
- Kutong'anga'nia madaraka

UTATUZI WA MIGOGORO KATIKA CHAMA
Ni vizuri na muhimu kila chama cha ushirika zikiwemo SACCOS zikawa na utaratibu uliowazi wa utatuzi wa migogoro kati ya mwanachama na chama au mwanachama na mwanachama mwenzake kutokana na shughuli za chama.

Ikiwa kutaibuka mgogoro kati ya mwanachama na chama basi mgogoro huo uwasilishwe kwa maandishi kwenye bodi ya chama, mkutano mkuu wa chama, mrajis na hatimaye kwa Waziri mwenye dhamana ikiwa malalamikaji hajaridhika na maamuzi katika hatua zote. [rejea utatuzi wa migogoro ndani ya KK SACCOS]

MKATABA WA HUDUMA KWA MTEJA [CLIENTS SERVICE CHARTER]

Huu ni mkataba kati ya mteja na chama husika japokuwa takwa hili halijaanishwa kisheria wala kanuni za vyama vya ushirika lakini ni muhimu kwa saccos ambayo ina malengo ya kuboresha mawasiliano ya huduma za kuweka na kukopa kati ya mwanachama na chama na hatimaye kuongeza ufanisi wa huduma husika.

Mkataba wa huduma kwa mteja utaeleza pamoja na mambo mengine; huduma zitolewazo na chama/saccos, zinapatikanaje kwa urahisi, ndani ya muda gani, Gharama zake, na ikiwa mteja hakupata huduma hiyo ndani ya muda taratibu gani zifuatwe, n.k.

REHANI [MORTGAGE]

Utangulizi

Sheria zinazohusika na masuala ya rehani

Hapa nchini Tanzania masuala yanayohusiana na rehani yanasimamiwa na sheria kuu mbili nazo ni:

(i) Sheria ya Ardhi Namba 4 ya mwaka 1999 kama ilivyorekebishwa mwaka 2004 na;

(ii) [Sheria ya Rehani ya Ardhi [Toleo Maalum] Na. 17 ya mwaka 2008

Maana ya Rehani

Rehani ni kitendo cha kuchukua kwa makubaliano, kutoa kwa mtu mwingine mwenye kitu au mali ambayo imethamanishwa ili itumike na kusimama kama dhamana kwa ajili ya mkopo [angalia tafsiri iliyotolewa na Mahakama Kuu kwenye shauri la **MALEKELA MAHITA KIBUWI NZENGWA[1989] TLR 113].**

Mabenki, SACCOS au taasisi za fedha kwa kawaida hutoa mikopo kwa watu au mashirika mbalimbali.

Mtu anayekopa kutoka taasisis za kifedha kwa kutumia mali yake kama vile nyumba, ardhi kama dhamana kwa ajili ya kupata mkopo huo huitwa Mweka rehani yaaani [Mortgagor].

Na kwa upande mwingine, mtu au taasisi ya kifedha inayotoa mkopo au kukopesha mtu binafsi au kampuni kwa kuhitaji rehani ya dhamana ili kulinda mkopo huo anaitwa Mpokea rehani yaani [Mortgagee].

Dhamana ya mkopo

Mikopo ya benki au taasisi za fedha hutolewa baada ya mtu au shirika linalotaka mkopo, kutoa dhamana kwa ajili ya mkopo huo ambayo huo inaweza kuwa hati ya nyumba au ya shamba, kiwanja n.k. ambayo itasimama kama amana (security) au kitu kinachodhamini mkopo huo, ambayo itakuwa kwa mkopeshaji hadi pale mkopaji atakapomaliza kurejesha mkopo wote.

Endapo mkopaji atashindwa kumalizia marejesho ya mkopo, basi mkopeshaji anaweza kukamata mali ya mkopaji na kuiuza ili kukomboa fedha zake au mkopo wake.

Sheria za ardhi zinaruhusu mtu yeyote au shirika ambalo lina hati ya kumiliki mali, iwe ni hati ya kumiliki ardhi ya kimila au ya kumilikishwa, au lenye mkataba wa upangaji wa muda mrefu, kuweka rehani katika mashirika yanayotoa mikopo kwa nia ya kujipatia mkopo wa fedha.

Sheria ya Ardhi namba 4 ya mwaka 1999, kama ilivyofanyiwa marekebisho na sheria ya Ardhi Na. 2 ya mwaka 2004, inatamka kuwa uwezo wa kutengeneza rehani kwa maana Sheria ya Rehani ya Ardhi [Toleo Maalum] Na. 17 ya mwaka 2008 ya kupata mkopo kwa kutumia hati ya nyumba unaweza kuwekwa kwenye fomu maalumu kwa nia ya kujipatia mkopo. Mikopo mingine hupatikana kwa kutumia dhamana za hati ambazo hazikusajiliwa. Kulingana na sheria ya Usajili wa Ardhi Namba 334 na Sheria ya Usajili wa Nyaraka Namba 117, ni lazima dhamana hizo ziwe zimesajiliwa kwa mujibu wa taratibu zilizowekwa kisheria.

Rehani ya nyumba ya kuishi Familia

Kuweka rehani nyumba ya kuishi familia kunaweza kukubalika na kuwa halali kisheria endapo:

- Fomu ya maombi kwa kutumia hati au ombi lolote lile itakuwa imesainiwa na kukubalika na wanandoa wote yaani lazima kuwe na ridhaa ya wana ndoa chini ya kifungu cha 59 cha Sheria ya Ndoa Namba 29 ya mwaka 1971 kama ilivyo rekebishwa mwaka 2002.

- Maombi ya mkopo kwa kutumia hati yatakuwa yamekubalika na kusainiwa na wanandoa wanaoishi ndani ya nyumba inayokusudiwa kuwekwa kama rehani.

Taratibu za kutaifisha mali au dhamana ya mkopo kwa wakopaji walioshindwa kurejesha madeni yao kwenye vyombo vya kifedha kama vile benki, SACCOS n.k.

Hata hivyo, tumekuwa kukishuhudia taasisi za kifedha zikiwanyanyasa wateja (wakopaji) wao ama kwa kushindwa kurejesha mikopo yao yote au sehemu ya mkopo huo kama walivyo kubaliana katika mkataba wa mkopo. Hii inatokana na taratibu zinazowekwa na wakopeshaji (vyombo vya kifedha) ambazo katika hali halisi zinasababisha mahusiano ya kutoelewana kati ya wakopeshaji na mkopaji tofauti na ilivyokuwa hapo kabla. Utata huu kwa namna moja ama nyingine inawezekana ikawa inachangiwa na aidha riba ya mikopo kuwa kubwa, wakopaji kutokuwa na uelewa na maarifa ya kutosha juu ya nidhamu ya mikopo na urejeshwaji wake au vyote kwa pamoja.

Taratibu za kuchukua (kuhodhi) dhamana kama vile nyumba, na ardhi, viwanda, vifaa vya ndani, vifaa vya ofisini n.k.

Benki inatakiwa kuwa makini na inatakiwa kupitia mkataba walioingia na mkopaji kwa makini ili kujua nini kinatakiwa kufanywa baada ya mkopaji kushindwa kulipa deni lake.

Benki inaweza kumpelekea mkopaji waraka wa kumjulisha kuwa anavunja au tayari amekwishavunja mkataba wa mkopo kwa kushindwa kulipa deni lake kama mkataba wao unavyoeleza. Ikumbukwe kuwa, mkopeshaji ana haki kwa mujibu wa sheria za rehani kuuza mali ya mkopaji hata bila ya kuwa na amri ya mahakama yaani [court order].

Kifungu cha 126 (a) (b) (c) (d) ya Sheria ya Ardhi Na. 2 iliyofanyiwa marekebisho mwaka 2004 inatoa nafuu [Remedies] za kisheria kwa mkopeshaji kurejesha pesa yake aliyokopesha kwa kutumia njia zifuatazo:

(a) Kumteua mpokeaji wa mapato ya mali iliyowekwa rehani

Mkopeshaji anaweza kumteua mpokeaji au mkusanyaji wa mapato ya mali iliyowekwa rehani (kama vile kodi ya pango), hadi pale thamani ya mkopo itakapomalizika. Uteuzi huu utafanyika kwa njia ya maandishi na kutiwa saini na pande zote mbili, yaani mkusanyaji kodi na mkopeshaji. Mpokeaji anaweza kuondolewa wakati wowote na kuteuliwa mwingine.

Mpokeaji mapato atakuwa na kazi zifuatazo;

- Kutumia fedha hizo katika malipo ya kodi za aina zote zitokanazo na amana
- Kutunza mapato yote ya mwaka na faida yake katika kupunguza madai ya amana
- Kujilipa ujira wake
- Kulipa malipo mengine yatokanayo na shughuli za upokeaji mali ikiwa ni pamoja na bima, na kufanya ukarabati wa nyumba kama ilivyokubalika awali katika mkataba wa kukomboa mkopo
- Kulipa malipo yoyote ya awali ambayo mpokeaji mali alipewa na mkopeshaji wakati anaanza shughuli za ukusanyaji mali ya dhamana
- Kulipa faida zote ambazo zinatokana na shughuli nzima ya upokeaji kodi ya pango la dhamana pamoja na kumaliza deni la amana.

(b) Kupangisha dhamana

Mkopeshaji kwa kutumia mamlaka ya upangishaji wa dhamana anao uwezo wa kupangisha dhamana, yaani nyumba, na kuchukua fedha ya pango mpaka pale thamani ya mkopo itakapomalizika. Mkataba wa upangishaji utaaanza kutumika rasmi ndani ya miezi sita na hautakiwi kuzidi miezi sita baada ya kusainiwa. Kwa maneno mengine, mkataba wa upangishaji hautaanza kufanya kazi kabla ya miezi sita kupita tangu uliposainiwa. Kila mkataba wa upangaji unajumuisha mambo yafuatayo:

- Kuwa na bei nzuri ya pango kulingana na hali halisia ya soko la upangaji wakati huo
- Mkataba huo usizidi miaka kumi na tano
- Uwe na masharti mazuri na yasiyo na mashaka kwa kuzingatia masilahi ya mkopaji.

(c) Kumiliki ardhi ya dhamana

Mkopeshaji anaweza kumiliki nyumba yote au sehemu ya nyumba iliyowekwa rehani kwa kufanya yafuatayo:

- Kuingia na kuishi ndani ya nyumba hiyo ya dhamana ama yote au sehemu yake katika kipindi chote ambacho mkopo wake utahesabika kuwa na thamani au
- Kumiliki nyumba ya dhamana na kutoa notisi [taarifa] kwa wapangaji kuwa yeye ndiye mmiliki wa nyumba hiyo, na kwamba kodi ya pango ilipwe kwake, au kufuatana na amri ya Mahakama mpaka pale thamani ya mkopo itakapomalizika.

Thamani ya amana itakapomalizika, mkopeshaji ataondoka katika dhamana hiyo ama kwa kutoa notisi kwa kutumia fomu maalumu inayotumika kwa ajili hiyo, au kwa amri ya Mahakama.

Sheria ya Ardhi Na. 4 ya mwaka 1999 kama ilivyorekebishwa mwaka 2004 inatanabaisha kwamba mkopeshaji anaweza kuachia dhamana katika mazingira yafuatayo:

- Kama kuna amri ya Mahakama inayoamrisha mkopeshaji kuachia dhamana.
- Kama mkopeshaji atamweka mpokea mapato ya mali ya dhamana

- Kama kosa au kasoro ya mkopo litakaporekebishwa ama kwa kulipwa au vinginevyo kulingana na mkataba
- Kama mkopeshaji ataamua kutumia mamlaka ya kuuza kama ilivyo katika sheria

Mkopeshaji hawezi kuingia na kuishi au kufanya vinginevyo katika dhamana zifuatazo:

- Nyumba ya kuishi ambayo mkopaji anaishi
- Ardhi yeyote inayotumika kwa kilimo
- Ardhi yeyote inayotumika kwa ufugaji
- Ardhi yeyote ambayo uingizaji wake katika masuala ya amani au usalama sio rahisi.

(d) Kuuza au kupiga mnada dhamana

Kama dhamana ya mkopo ina hati au iko chini ya hati za kimila, itauzwa kwa mtu yeyote au kikundi cha watu kwa mujibu wa kifungu cha 30 cha Sheria ya Ardhi ya Vijiji Na. 5 ya mwaka 1999 kama ilivyorejewa mwaka 2002.

Mkopeshaji anaweza kuuza au kupiga mnada dhamana ili kukomboa fedha zake kwa amri ya Mahakama. Amri ya Mahakama haiwezi kutolewa kama mkopeshaji hajafanya juhudi katika kufuata taratibu zilizotajwa hapo juu. Mkopeshaji anapoamua kuuza dhamana ana wajibu kwa mkopaji ama watu wengine waliojumuishwa kwenye mkopo, kupata bei nzuri ya mauzo ya dhamana kulingana na thamani ya dhamana hiyo katika soko, kama mauzo ya dhamana yatakuwa chini ya asilimia 25% ya bei ya mauzo, basi mkopeshaji atakuwa amekosea na kosa hilo linaweza kubatilisha mauzo hayo.

Mkopeshaji atakapotumia uwezo wake kisheria wa kuuza dhamana atafuata utaratibu ufuatao:
- Kuuza dhamana yote au sehemu ya dhamana

- Kuuza dhamana kwa kuzingatia vizuizi vyote vilivyowekwa juu ya dhamana hiyo
- Kuuza kwa kugawa vipande vipande au vinginevyo,
- Kwa kupiga mnada au kwa kumtumia mnunuzi mmoja mmoja.
- Kwa mauzo ya mkupuo au kwa awamu
- Kwa kutumia masharti mengine ambayo yanafaa kwa mujibu wa mkataba

Sheria ya Ardhi (CAP 113, R.E 2004) inamlinda mnunuzi wa dhamana. Hata hivyo, mnunuzi wa dhamana hatalindwa na sheria kama itaonekana kwamba, katika shughuli yote ya ununuzi kulikuwa na mazingira ya udanganyifu au ya kitapeli.

Sheria inatoa mamlaka kwa mkopeshaji kujiuzia dhamana yeye mwenyewe ikiwa kama atairidhisha Mahakama kwamba yeye anasababu za kujiuzia dhamana hiyo. Na kama dhamana itauzwa kwa mnada, basi mkopeshaji anapaswa kutoa fedha za juu kuwapita wanunuzi wengine walioomba kununua.

Ikumbukwe kwamba, Mahakama ina uwezo wa juu wa kuamua vyovyote katika aina zote za ukomboaji wa mkopo kama itaombwa na pande zote zenye maslahi kwa kutumia utaratibu maalumu.

Kifungu cha 14 cha Sheria ya Rehani ya Ardhi [Toleo Maalum] ya mwaka 2008 ambayo ilirekebisha kifungu cha 127 ya Sheria ya Ardhi Na. 2 ya mwaka 2004, inatoa waraka [taarifa] ya siku 30 kutoka kwa mkopeshaji kwenda kwa mkopaji ikimtaarifu juu ya wajibu wake wa kulipa deni. Haki ya kuuza mali ya dhamana imeainishwa katika kifungu cha 126 cha marekebisho ya Sheria ya Ardhi Na 2 ya mwaka 2004.

Kwa sasa taarifa inaweza kutolewa kwa muda wa siku 60 ambapo mkopaji anaweza kuuza mali ya dhamana hata bila amri ya Mahakama kwa lengo la kurudisha mkopo wa benki.

Mkopeshaji hana budi kusubiri hadi kumalizika kwa muda wa siku 60 kabla ya kuchukua hatua zozote za kuuza mali iliyowekewa dhamana. Hii ni kwa mujibu wa kifungu cha sheria 14 cha Sheria ya Rehani ya Ardhi [Toleo Maalum] namba 17 ya mwaka 2008. Pia, notisi ya kutaka kuuza mali ya dhamana baada ya kuisha notisi ya siku sitini (60) itatakiwa kutolewa na mkopeshaji kwenda kwa mkopaji isiwe chini ya siku kumi (10) kwa mkopaji au upande wowote ule wenye maslahi na kuathirika kwa namna moja ama nyingine na mali inayotakiwa kuuzwa ikiwa tu uuzaji wa mali hiyo utafanyika kwa njia isiyo ya mnada wa hadhara. Hii ni kwa mujibu wa kifungu cha **15 (4) Sheria ya Rehani ya Ardhi [Toleo Maalum] Na. 17 ya mwaka 2008.**

1. Kama uuzaji utafanyika kwa njia ya kawaida, benki inatakiwa kupata amri ya mahakama yaani [court order] ya kutaifisha mali iliyowekwa kama dhamana. Hatuna budi kuelewa kuwa ni makosa kisheria kwa taasisi yoyote ya kifedha au mkopeshaji yeyote binafsi awaye, kutaifisha dhamana ya mteja bila kuwa na amri ya mahakama yenye kuruhusu kufanya hivyo kwani bila kuwa na amri ya mahakama kunaweza kupelekea pingamizi kutoka kwa mdaiwa.

2. Mali iliyotaifishwa inatakiwa itangazwe hadharani kwa ajili ya mchakato wa mnada wa hadhara ambapo aliyeshindwa kulipa mkopo anaweza kuwa mmojawapo wa wanunuzi

3. Pindi mali ya mteja inapouzwa na benki kurudisha pesa yake, kama kuna salio lililobaki [proceeds] baada ya benki kupata pesa zake inatakiwa kurejeshwa kwa mkopaji aliyeshindwa kulipa mkopo. Kwa mfano, kama mkopo ulikuwa wa milioni kumi (10,000,000/- na mteja

akawa ameishalipa kiasi cha shilingi milioni nne (4,000,000/-) kama mali iliyouzwa itakuwa imeuzwa kwa shilingi milioni kumi na tano (15,000,000/-) shilingi milioni tisa (9,000,000/-) zitarudishwa kwa mkopaji.

(e) **Utaifishaji wa mali inayohamishika [Confiscation of Mortgaged Chattels]**
Sheria Na 210 ya Uhamishaji Mali Inayohamishika yaani **[The Chattels Transfer Chapter 210]** inaeleza kuwa; kama kutakuwa na uhamishaji (utaifishaji) wa mali inayohamishika hakuna haja ya kufuata taratibu za hapo juu chini ya kifungu cha 3 ambacho hakihitaji amri ya mahakama yaani [court order] ili kutaifisha mali ya aina hiyo isipokuwa mkopeshaji anaweza kutaifisha moja kwa moja na kuuza mali hiyo kwa njia ya mnada wa hadhara. Vitu vinavyohusika na sheria hii ni kama vile magari, vitu vya ofisini ama nyumbani kama vile samani na vinginevyo. Hata hivyo sheria inakataza kutaifisha baadhi ya vitu vinavyohamishika kama vile vyombo vya kulia chakula, masufuria, vijiko, sahani, vifaa vya kilimo, mapanga n.k. ambavyo vinategemewa na maisha ya mtu huyo.

Pia katika masuala haya ya rehani hususani ya kukopa na kukopeshana mtu anaweza akawa anajiuliza maswali kama; je

(i) **Mtu anaweza akanunua deni la mtu mwingine?** Jibu ni ndiyo; kwamba ni kweli mtu anaweza akanunua deni la mtu mwingine anayedaiwa benki, kampuni, au hata kwa mtu binafsi kwa utaratibu ufuatao

- Ni lazima kuwe na maelewano na makubaliano ya awali kati ya mwenye mkopo yaani [mdaiwa] na mtu anayetaka kununua huo mkopo
- Ni lazima benki au mdai ashirikishwe katika makubaliano hayo
- Ni lazima pawe na mkataba wa maandishi kati ya benki [mkopeshaji], mnunua mkopo na muuza mkopo na pia ni vizuri makubaliano hayo yawe kisheria kwa kumshirikisha mwanasheria au wanasheria
- Katika kipengele cha mkataba huo kuwe na kifungu [clause] kinachosema kuwa ikiwa mnunua mkopo atamaliza mkopo wa mdaiwa wa mwanzo basi benki itawajibika kumkabidhi dhamana [hati] za mkopo mtu aliyelipa mkopo.

(ii) **Je inawezekana mkopaji akatumia hati ya mtu mwingine kukopea benki?** Jibu ni ndiyo. Kwamba inawezekana kabisa mkopaji akawa hana dhamana inayohitajika kwa ajili ya kulinda mkopo lakini akatumia dhamana yaani hati ya mtu mwingine ili kukopea benki. Pia ni vizuri ikakumbukwa kwamba kabla ya marekebisho ya sheria ya Ardhi Namba 4 ya mwaka 1999 yaliyo fanyika mwaka 2004 na hasa katika sehemu ya X ya sheria hiyo ilikuwa hairuhusu utaratibu wa kukopa benki kwa kutumia hati au dhamana [ardhi/nyumba] ya mtu mwingine.

(iii) **Je mwanandoa anaweza akaweka rehani nyumba ya ndoa wayoishi ili apate mkopo kutoka SACCOS au benki bila ridhaa ya maandishi ya mwanadoa mwenzie?** Jubu ni kuwa hiyo haiwezekani kwani kwa mujibu wa kifungu cha 59 cha Sheria ya Ndoa Na.29 ya mwaka 1971 [RE 2002] ni lazima kuwe na ridhaa ya wanandoa na kutokufanya hivyo basi rehani hiyo itakuwa batili.

(iv) **Je mtu anaweza akawekea rehani shamba lake ambalo lipo kijijini na halija pimwa yaani halina hati?** Jibu ni ndiyo. Kwa mujibu wa sheria ya Ardhi ya Vijiji Namba 5 ya mwaka 1999 inaruhusu mtu kutumia shamba la kijijini kama dhamana ili kukopa benki chini ya utaratibu ujulikanao kisheria kama **"Customary Mortgage"** yaani kwa lugha iliyo rahisi tungesema ni rehani ya kimila. Ila cha msingi inategemeana na makubaliano kati ya mkopeshaji na mkopaji juu ya utaratibu huo. Kwani taasisi nyingi za kifedha zimekuwa hazipendelei kupokea aina hizi za rehani za mashamba, viwanja na hata wakati mwingine nyumba zilizopo vijijini labda pengine kwa kuwa zina thamani ndogo katika soko pale ambapo zitatakiwa kuuzwa kutokana na mkopaji Kushindwa kulipa deni.

(v) **Je ni taarifa ya muda gani inatakiwa mkopaji ampe mkopeshaji kabla haja uza au kutaifisha dhamana za mkopo?** Jibu ni kwamba ni kuanzia siku thelathini (30) mpaka sitini (60) hii ni kwa mujibu wa Sheria ya Rehani ya Ardhi [Toleo Maalumu] Namba 17 ya mwaka 2008. Isipokuwa ni lazima pia mkopeshaji kabla ya kutaifisha dhamana akampa mkopaji taarifa ya kumjulisha juu ya kuvunja kwake mojawapo ya kipengele cha mkataba wa mkopo na akamfafanulia riba na malimbikizo ya mkopo.

(vi) **Je mkopeshaji anaweza akataifisha mali za mkopaji ambazo hazikuwa sehemu ya dhamana ya mkopo?** Jibu ni hapana. Hiyo hairuhisiwi kabisa kisheria. Anachotakiwa kufanya mkopeshaji ni kwenda mahakamani ili kuomba amri ya kuweza kutaifisha mali nyinginezo za mdaiwa ikiwa ataona kuwa mali ambazo ziliwekwa kama dhamana hazitoshi kufidia au kulipa mkopo wote ambao mkopaji anadaiwa.

(vii) **Je mdhamini wa mkopaji atafanyeje ikiwa mkopaji aliyekuwa amemdhamni amekimbia?** Kwanza kabisa itategemeana na mkataba wa mkopo ikiwa mkopaji aliweka dhamana basi dhamana ndio itataifishwa ili kufidia mkopo na ikiwa hapakuwa na dhamana basi mdhamini atawajibika kwa kushirikiana na mkopeshaji kumtafuta ili kulipa mkopo na ikiwa itashindikana kabisa basi mkopeshaji itabidi afungue kesi ya madai ili apate amri ya kumfunga mdaiwa kama mfungwa wa kimadai yaani [Civil Prisoner] lakini hapa ikumbukwe pia ikiwa hilo litatokea basi mdai atawajibika kumlisha mfungwa huyo kwa kipindi chote atakacho kuwa gerezani. Na kama mkopaji hajakimbia ila anashindwa kulipa deni basi itabidi mali zake zitaifishwe na kama hazitoshi kumaliza deni basi utambue kuwa mali za mdhamini wake pia zitataifishwa ili kulipa deni husika

(viii) **Je mdhamini wa mkopaji ana haki na wajibu gani?** Jibu ni kuwa mdhamini anawajibu na deni sawa na mkopaji na anatakiwa kuhakikisha kuwa aliyemdhamini analipa deni lote na mdhamini huyo ana haki ya kupewa taarifa aidha kutoka kwa mkopaji au mkopeshaji juu ya jambo lolote lile ambalo kwa namna moja ama nyingine linaathiri mwenendo wa mkopo huo.

(ix) **Je kwa mujibu wa sheria mkataba wa udhamini wa mkopo ni nini?** Kwa mujibu wa mafungu ya 78,79 na

80 ya sheria za mikataba sura ya 345, inasema kuwa mkataba wa udhamini ni mkataba wa kutekeleza ahadi,au kumaliza denikwa mtu uliye mdhamini kama atashindwa kulipa deni hilo. Na mtu anaye dhamini mwenzake kisheria anaitwa mdhamini "surety"na Yule ambaye aliyedhaminiwa lakini kashindwa kulipa deni anaitwa mdeni mkuu yaani "principal surety" na Yule ambaye anaye fanya mkataba huo anaitwa mkopeshaji. Pia ikumbukwe kuwa mkataba wa udhamini unaweza kuwa wa maandishi au wa mdomo. Na katika Makubaliano hayo ya udhamini si lazima mdhamini afaidike na chochote katika mkataba huo kwani ile yeye kukubali tu inatosha. **[soma Sheldons Practice and Law of Law of Banking] 10th edition] Drover and R.WB. Bosley pg 332] na pia katika mashauri ya mdai ya kibenki yafuatayo; Nagpur Nagarik Sahakar Bank Ltd and Another vs Union of IIndia and Another AIR 1981 AP 153.**

Pia soma kesi ya kibiashara ya madai Na. 4/200, Trust Bank Tanzania Limited VS Le-Marsh Enterprises Limited Na Wenzake Wawili, katika mahakama kuu ya Dar es salaam, kitengo cha biashara.

(x) **Je mwombaji mkopo anaweza kwenda mahakamani kudai fidia ya hasara au usumbufu kutoka kwa mkopeshaji [benki/Saccos/mtu binafsi] kwa kuwa kamsheleweshea mkopo?** Jibu ni ndiyo. Kwani kumekuwa na taasisi ambazo zinajinadi kuwa zinatoa mikopo kwa wajasiliamali na wafanyabiashara mbalimbali ndani ya masaa ishirini na nne (24) tu. Lakini wamekuwa hawatekelezi hayo. Na baadhi ya wakopeshaji kama vile mabenki wamekuwa wakiwaingiza gharama wasaka mikopo [mahela] kama vile; kulipia gharama za; bima, uthamini wa dhamana za mikopo, mahesabu ya biashara, kuandaa michanganuo ya biashara zao, gharama za wanasheria, kutakuwa kuweka kiasi fulani cha pesa katika akaunti za benki hizo, kulipia gharama za usafiri kwa ajili ya maafisa mikopo kwenda kukagua biashara au dhamana za mikopo kama vile nyumba, ofisi, maduka, viwanda n.k. lakini cha ajabu mwisho wake waomba mikopo hao pamoja na gharama za usumbufu wote huo ambao kwa wakati mwingine imekuwa ikiwachukua kuanzia mwezi mmoja mpaka mwaka wanaishia patupu huku wakiwa tayari wametumia gharama lukuki na kusaga sori na mafuta mchana kutwa kufuatilia mikopo hiyo.

Kwa mazingira hayo mwomba mkopo ana haki ya kufungua kesi ya madai maalumu na jumla yaani [claims of specific and general damages] dhidi ya taasisi au mtu husika.

(xi) **Je mkopaji ana haki ya kupewa nakala ya mkataba wa mkopo?** Jibu ni ndiyo. Kwani hiyo ni haki yake ya kimsingi kwani kutokana na huo mkataba ndipo ataweza kujua haki na wajibu wake kimkataba. Kwani kumekuwa na wakopeshaji wengine wajanja wajanja [Kanjanja/Wasanii] na hasa wale binafsi yaani sio benki wala SACCOS kwa sababu wanazozijua wao wenyewe ikiwa ni pamoja na mbinu za kukwepa kulipa kodi katika mamlaka husika ikiwemo Mamlaka ya Mapato Tanzania (TRA) wanawanyima nakala za mkataba wa mkopo wateja wao waliowakopesha pesa.

(f) **Je ni taratibu zipi zinazotumika kuomba mkopo kutoka katika benki au taasisi za kifedha?**

Ili uweze kupata mkopo wa kifedha kutoka katika taasisi za kifedha kama vile benki na SACCOS kwa ajili ya kuendeleza biashara zako unahitajika kutuma maombi. Hata hivyo, ukiachilia mbali SACCOS, si kazi rahisi kwa taasisi nyingine kukupa mkopo unahitaji kufuata mchakato unaohusisha uwepo na upatikanaji wa nyaraka mbalimbali ili uweze kupatiwa mkopo husika.

Je naweza kununua nyumba, kukarabati nyumba au kujenga nyumba kwa mkopo kutoka benki na dhamana ya mkopo huo ikawa nyumba hiyo hiyo? Jibu ni ndiyo kwani kwa sasa hivi hapa Nchini Tanzania kuna taasisi nyingi za fedha kama vile mabenki, saccos ikiwemo kk saccos wameanzisha utaratibu huo cha msingi nenda katika taasisi husika ili upate maelekezo na utaratibu husika nawe uweze kufanikiwa kirahisi na kwa haraka zaidi.

Je naweza kutumia hati ya kimila ili kukopa mkopo kutoka katika taasisi ya fedha kama vile benki au saccos kwa kutumia hati ya kimila? Ndio hiyo inawezekana kabisa kwani sasa hivi tayari baadhi ya vijiji vimeisha pewa hati ya vijiji na maeneo yaliyomo katika vijiji Hivyo tayari vimekwishapimwa na kwa taarifa yako ni kuwa hati za kimila ndio nzuri kwa kukpoa kwani hazina ukomo japokuwa taasisi za fedha zilizo nyingi zimekuwa zinasita kutoa fedha kwa hati hizo.

Nyaraka zinazohitajika katika kuomba mkopo

(i) Hati ya kiwanja au hati ya nyumba au leseni ya makazi ambayo itatumika kama dhamana
(ii) Ripoti au taarifa ya uthamini kutoka kwa mthamini wa mali. Kwa kawaida benki zina wathamini wao
(iii) Taarifa ya miaka mitatu ya mahesabu ya biashara yako yaliyokaguliwa
(iv) Mpango wa biashara yako [business plan]
(v) Taarifa ya benki kutoka benki unayoomba mkopo au kutoka katika benki yoyote angalao iwe ya kuanzia miezi mitatu na kuendeleza
(vi) Na kama wewe ni mwajiriwa/mfanyakazi basi itabidi uwe na hati ya mshahara [salary slip] wako angalao ya muda wa miezi mitatu ya hivi karibuni
(vii) Na usiwe na rekodi ya kutokulipa madeni/marejesho ya mikopo yako ya nyuma

(viii) Usiwe na mkopo unaoendelea japokuwa baadhi ya saccos au benki zinaruhusu kuongeza mkopo ikiwa kama umelipa mkopo wako wa awali zaidi ya nusu na huna rekodi ya kushindwa au kuchelewesha marejesho/mkopo

(ix) Fungua akaunti katika benki unayoomba mkopo (kama huna) na iwe na kiasi cha pesa inayozunguka vilivyo

(x) Jaza fomu za maombi ya mkopo

(xi) Kuwa na wadhamini wa mkopo unaotaka kuchukua

(xii) Kuwa na nakala za usajili wa biashara zilizothibitishwa na mwanasheria

(g) Cheti cha namba ya utambulisho ya mlipa kodi (TIN)

(h) Leseni ya biashara

(i) Biashara yake iwe imeanzishwa miezi sita iliyopita pindi unapoomba mkopo

(j) Picha ndogo (Passport size) idadi inategemeana na mahitaji ya benki unayoomba mkopo na masharti mengineyo ambapo taasisi husika itaona yanafaa kutoka kwako.

Marejeo ya Mada:

1. Ulingo wa Sheria Tanzania [Sheria za Tanzania], PK Kalomo [Advocate],2013

2. Legal Procedures in Tanzania [laws of Tanzania, PK Kalomo,2012

3. DVD on Mortgage Laws of Tanzania, PK Kalomo,2012

4. Mwongozo kwa lugha rahisi wa sera ya maendeleo ya ushirika na sheria ya vyama vya ushirika Tanzania bara,

Shirikisho la Vyama Ushirika Tanzania Bara, Septemba, 2006.

5. Masharti ya chama cha SACCOS ya Posta na Simu [KK SACCOS]

6. Sheria ya vyama vya ushirika Na. 20 ya mwaka 2003

7. Kanuni za Vyama vya Ushirika za mwaka 2004

8. Sera ya Maendeleo ya Ushirika ya mwaka 2002

9. Sheria ya Uwekaji Rehani Katika Ardhi [Toleo Maalum] Na. 17 ya Mwaka 2008

10. Sheria ya Ardhi Namba 4 ya mwaka 1999 kama ilivyorekebishwa mwaka 2004

11. Sheria Na 210 ya Uhamishaji Mali Inayohamishika yaani [The Chattels Transfer Chapter 210]

12. Sheria ya Ndoa Na. 29 ya mwaka 1971

13. Sheria ya Mikataba Sura ya 343

14. Sheldons Practice and Law of Banking 10th edition Drover and R.WB. Bosley pg 332

15. Nagpur Nagarik Sahakar Bank Ltd na Mwenzake vs Muungano wa India and Na Mwenzake AIR 1981 AP 153.

16. Pia soma kesi ya kibiashara ya madai Na. 4/200, Trust Bank Tanzania Limited Vs Le-Marsh Enterprises Limited Na Wenzake Wawili, katika mahakama kuu ya Dar es salaam, kitengo cha biashara.

www.ingramcontent.com/pod-product-compliance
Lightning Source LLC
Chambersburg PA
CBHW031559210526
45464CB00003B/1345